Intro to Vietnamese

Bela Davis

Tiếng Việt

Abdo Kids Junior
is an Imprint of Abdo Kids
abdobooks.com

Abdo
INTRO TO LANGUAGE
Kids

abdobooks.com

Published by Abdo Kids, a division of ABDO, P.O. Box 398166, Minneapolis, Minnesota 55439.

Printed in the United States of America, North Mankato, Minnesota.

102024

012025

Consultant: Victoria Bui

Photo Credits: Getty Images, Shutterstock

Production Contributors: Teddy Borth, Jennie Forsberg, Grace Hansen

Design Contributors: Candice Keimig, Colleen McLaren

Library of Congress Control Number: 2024936626

Publisher's Cataloging-in-Publication Data

Names: Davis, Bela, author.

Title: Intro to Vietnamese / by Bela Davis

Description: Minneapolis, Minnesota : Abdo Kids, 2025 | Series: Intro to language set 2 | Includes online resources and index.

Identifiers: ISBN 9798384902881 (lib. bdg.) | ISBN 9798384903581 (ebook) | ISBN 9798384903932 (Read-to-me ebook)

Subjects: LCSH: Informal language learning--Juvenile literature. | Language and languages--Juvenile literature. | Bilingual books--Juvenile literature. | Language acquisition--Juvenile literature.

Classification: DDC 418--dc23

Table of Contents

Intro to Vietnamese

Vietnamese is the language of Vietnam. Let's learn some words!

Vietnamese	Chào mừng
(sound guide)	(chaao maung)
English	welcome

Asia
Vietnam
N
W
E
S

một
(maut)
one

hai
(hi)
two

sáu
(sahu)
six

bảy
(baiy)
seven

ba
(baa)
three

bốn
(baoun)
four

năm
(naam)
five

tám
(thaam)
eight

chín
(chein)
nine

mười
(muy)
ten

mười một
(muy maut)
eleven

mười hai
(muy hi)
twelve

mười sáu
(muy sahu)
sixteen

mười bảy
(muy baiy)
seventeen

mười ba
(muy baa)
thirteen

mười bốn
(muy baoun)
fourteen

mười năm
(muy naam)
fifteen

mười tám
(muy thaam)
eighteen

mười chín
(muy chin)
nineteen

hai mười
(hi muy)
twenty

màu sắc
(mau sac)
colors
màu đỏ
(mau daaw)
red
màu xanh lá
(mau sayng lah)
green
màu trắng
(mau channg)
white
màu tím
(mau theme)
purple

màu vàng
(mau vaang)
yellow
màu xanh da trời
(mau sayng xa chaoi)
blue
màu đen
(mau dan)
black
màu cam
(mau cahm)
orange

xin chào
(seen chao)
hello

chào buổi sáng
(chao buay sahng)
good morning

tạm biệt
(thahm biet)
goodbye

chúc ngủ ngon
(chup ghu ghon)
good night

xin vui lòng
(xein vuoy lum)
please

cảm ơn
(cahm on)
thank you

vâng
(vahng)
yes

không
(khahm)
no

gia đình
(za din)
family

mẹ
(meh)
mother

bố
(bo)
father

chị
(chee)
older sister

anh trai
(ah•n chai)
older brother

em gái
(ehm guy)
younger sister

em trai
(ehm chai)
younger brother

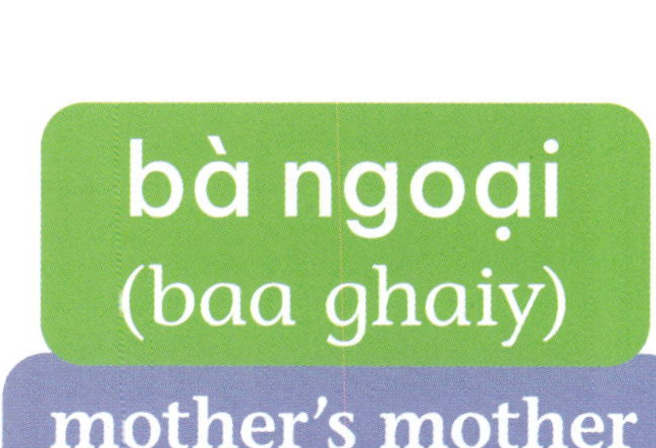

bà ngoại
(baa ghaiy)
mother's mother

ông ngoại
(um ghaiy)
mother's father

bà nội
(baa noy)
father's mother

ông nội
(um noy)
father's father

động vật
(dohm vhat)
animals
con chó
(cahn cho)
dog
con mèo
(cahn meau)
cat

con cá
(cahn kha)
fish
con chim
(cahn cheem)
bird

địa điểm (dieh deme) – Places

nhà
(gha)
house

trường học
(chuon hahk)
school

công viên
(khom vien)
park

bãi biển
(bye bein)
beach

Vietnamese Tones

má
cheek
á
ma
ghost
a
mã
code
ã
mà
but
à
mạ
mother
ạ

unique letters	đ	ă	â	ê	ô	ơ	ư
English sound	do	father	but	may	spoke	hurt	good

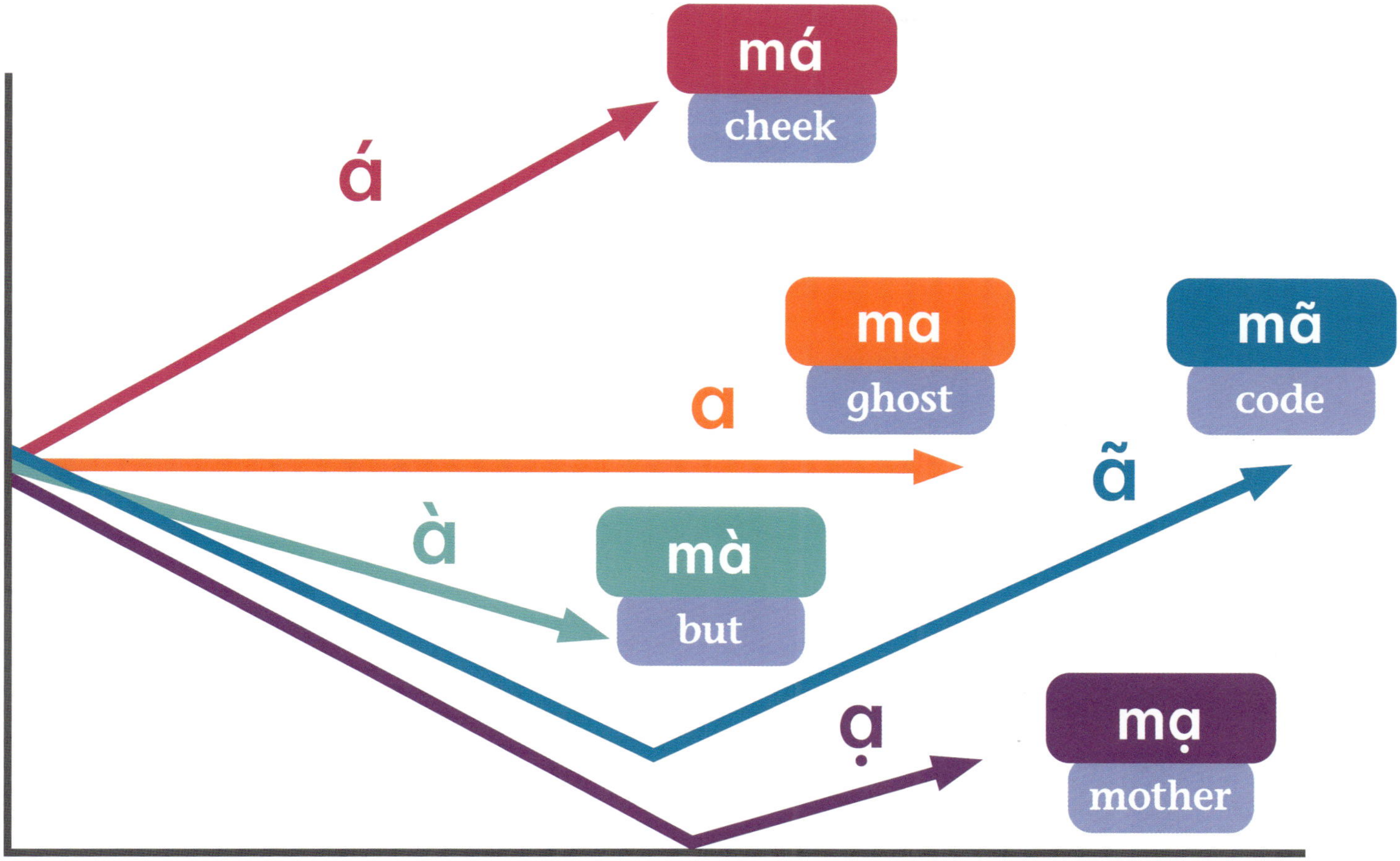

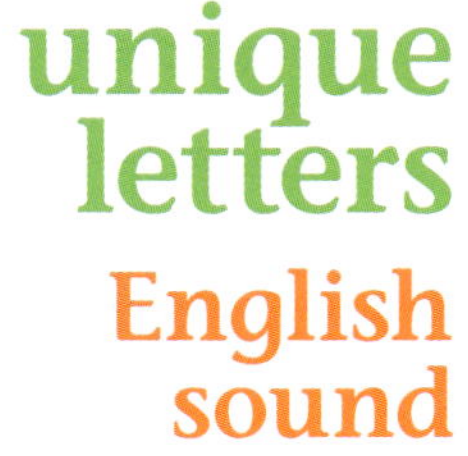

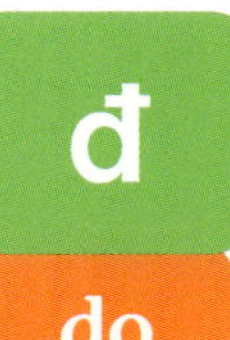

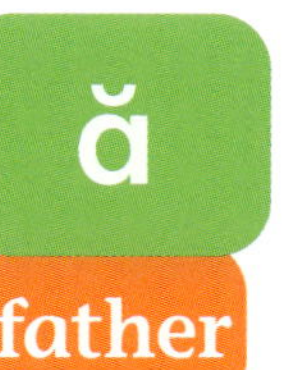

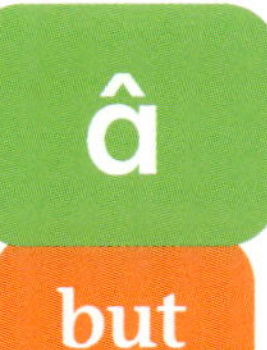

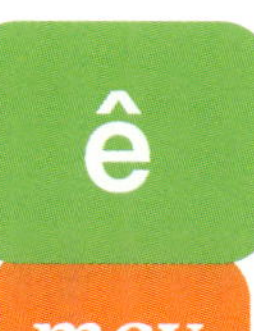

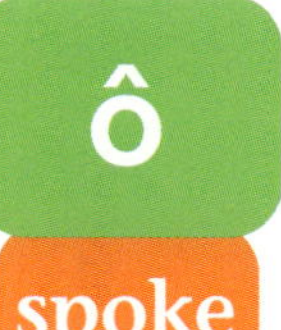

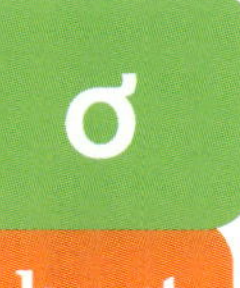

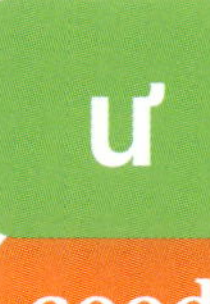

Index

Visit **abdokids.com** to access crafts, games, videos, and more!

Use Abdo Kids code

IIK2881

or scan this QR code!